ANH TUYẾN

THEO CÁNH GIÓ BAY

THƠ

COPYRIGHT NOTICE

No part of this publication may be reproduced, distributed, or transmitted in any form or by any means, including photocopying, recording, or other electronic or mechanical methods, without the prior written permission of the publisher, except in the case of brief quotations embodied in critical reviews and certain other noncommercial uses permitted by copyright law. For permission requests, write to:
Clover Leaves Publishing,
 20885 Redwood Rd #117, Castro Valley, CA 94546
Phone: (510) 329-2634

ISBN: 9780960059133
Library of Congress Control number: 2019905653
Author: Tuyến Văn Lê (Anh tuyến)
Publlished by Cover Leaves Publishing LLC

Printed and bound in the United States of America.
Copyright© 2019 by ThuyLe.
All rights reserved.

Viết cho hương hồn con Lê Anh Thái và La Vĩnh Khâm đã tử trận trong lòng Quảng Trị, tháng 7 năm 1972

Riêng tặng:

Các lứa tuổi đôi mươi đã chết vì tổ quốc hay đang cầm súng giữ quê hương.
Các cuộc tình buồn đã chia ly vì chiến cuộc và các gia đình đã hy sinh những giọt máu thân yêu của mình cho đất nước.

Mày tính tụi mình như cánh gió
Ai đi nhốt gió được bao giờ!

LÁ THƯ GỞI GIÓ.

Anh Tuyến thân mến

Từ buổi chiều trước Tết, anh có nhã ý đến thăm tôi cùng anh CHU TỬ và anh ĐỖ QUÝ TOÀN, tôi đã có dịp đọc đi đọc lại, cả trăm lần tập thơ "THEO CÁNH GIÓ BAY" do anh sáng tác và cũng do anh mang lại tặng tôi, trong lần sơ kiến.

Tôi đọc mấy chục bài thơ đầy huyết lệ này với tất cả cảm xúc và nỗi buồn thấm thía của một người cha; cùng trong cảnh ngộ như anh; một người cha, đã mất hai đứa con yêu dấu trên bãi chiến trường.

Những giọt máu chảy rơi tại Quảng Trị, Kontum, An Lộc, hay tại một chiến tuyến nào khác, đối với anh, đối với tôi, có ý nghĩa gì, nếu không phải chúng ta cũng đóng góp một phần đau thương vào trăm ngàn sự đau thương đã xảy ra trên mảnh đất Việt Nam thân yêu và bất hạnh.

Anh ANH TUYẾN,

Anh là thi sĩ của tình thương muôn thuở, của nỗi buồn cô đơn; Anh ca tụng sự hy sinh cao cả của lứa tuổi đôi mươi đã mang linh hồn trong trắng hiến dâng trên bàn thờ tổ quốc. Là một nhà thơ tha thiết buồn vui cùng non nước, cỏ cây, tha thiết hòa mình với mọi thế hệ, không phân biệt già trẻ; để khóc cái gì đáng khóc, thương cái gì đáng thương, để nói lên sự tê tái của người cha vĩnh biệt người con, như tiếng thở dài não nuột thoáng nghe giữa đêm trường tịch mịch, hoặc tiếng thông sào sạc trên bãi đồi hoang.

Tạo hóa an bài oan nghiệt, đặt anh vào hoàn cảnh người cha mất một lúc hai đứa con yêu dấu, một con đẻ, một con nuôi, Thiếu Úy Lê Anh Thái, Thiếu Úy La Vĩnh Khâm, hai chiến sĩ anh dũng của DÙ cùng hy sinh đền nợ nước tại Cổ Thành Quảng Trị.

Đọc thơ anh, tôi có cảm tưởng đang sống linh động bên anh, giữa lúc anh gạt lệ theo sau quan tài của hai con, để rồi lòng quặn đau trông thấy cỗ quan tài thân yêu chìm sâu trong lòng đất mẹ.

Trong bài thơ KHÓC CON, anh viết :
Áo quan liệm kín đời trai trẻ!
Tay súng buông xuôi trả nợ đời!
Máu đỏ còn tươi lòng Quảng Trị.
Nghĩa trang, mồ lạnh cỏ lên rồi...

Còn cái buồn nào não nùng hơn, thấm thía hơn khi những ngọn cỏ hoang bắt đầu mọc xanh rì trên nắm mộ?

Anh ANH TUYẾN thân mến,

Anh và tôi, chúng ta đã hai lần tiễn đưa con ra nghĩa trang, hai lần vuốt mắt chúng nó, hai lần vĩnh biệt chúng nó! Tôi bùi ngùi, ngâm nga bốn câu thơ của Anh:
Kiếm cung đã nguyện cùng non nước
Vàng đá, tình chung lỗi hẹn rồi...
Vuốt mắt thôi con về cát bụi!
Thế nhân, ân oán mặc cho đời!

Chua chát thay cuộc đời phù du của tuổi trẻ thời chiến, tính ra để mang chí khí hào hùng và tinh thần bất khuất làm mồi cho ngọn lửa chiến tranh tàn bạo!

Trong bài "THƯƠNG CA TUỔI XANH" anh viết:

Ai làm chớp bể mưa nguồn?
Ai làm binh lửa lệ tuôn lòng người?
Ai làm non nước chia đôi?
Hiền Lương, Bến Hải cho người biệt ly?

Những câu hỏi viết bằng nước mắt trên đây phải chăng là nỗi thắc mắc chung của cả trăm ngàn cha mẹ, chết từng khúc ruột, khi đánh rơi những giọt máu thân yêu trên bãi chiến trường, để ôm mối hận thiên thu trong cảnh buồn thê lương Tử Biệt Sinh Ly?

Anh ANH TUYẾN,

Trong LÁ THƯ GỞI GIÓ tôi muốn viết thêm và viết mãi. Viết để nhắc lại những vần thơ trong sáng như trăng mùa thu, não nùng như tiếng chim kêu đau thương trong rừng già, viết để chia sẻ nỗi cô đơn của người cha đau khổ.

Bỗng tôi sực nhớ tới tôi cũng có hai người con chết trận: Trung Úy PHẠM NGỌC VINH và Thiếu Úy PHẠM LÊ PHONG.

Lòng tôi rung động khi đọc bốn câu thơ của người anh hùng tuổi trẻ LÊ ANH THÁI gửi về cho bạn:

Mẹ tao chỉ muốn tao quanh quẩn
Lính kiểng châu thành, lính phất phơ!
Mày tính tụi mình như cánh gió
Ai đi nhốt gió được bao giờ!

Đây chính là tâm trạng của những người thanh niên ngang tàng, của những anh lính Dù mũ đỏ, của Lê Anh THÁI, của La Vĩnh KHÂM, của Phạm Ngọc VINH, của Phạm Lê PHONG, của tất cả những người con ưu tú, coi cái chết nhẹ như lông hồng, sinh ra để nêu cao ý chí bất khuất của dân tộc.

Anh ANH TUYẾN thân mến

Tôi hy vọng sau khi anh đọc lá thư khiêm tốn và vụng về của tôi, nỗi buồn cô đơn của người cha đau khổ sẽ vơi được phần nào.

Anh và tôi, chúng ta cùng chung một cảnh ngộ. Chúng ta biết làm gì hơn là dành những tháng năm còn lại cầu nguyện cho hương hồn bốn đứa con chúng ta, cho hương hồn tất cả những chiến sĩ đã hy sinh vì đất nước được tiêu diêu miền Lạc cảnh, cho quê hương chúng ta chóng trở lại cảnh thanh bình, đồng bào chúng ta quên hết hận thù, sống một đời an vui trong bình thường và lẽ phải.

Mùng 10 tháng giêng Quí Sửu.

Thân kính

PHẠM VĂN BÍNH.

Tiếng Thầm.

Thôi thế là hết!
Thái, Nó đã đi rồi! Vĩnh viễn đi rồi! Không ai, không một quyền lực nào, có thể giữ Nó lại được nữa.

Nó đã đi, nhẹ như một Cánh Gió. Không một tiếng vang. Không một tiếng động. Như một làn khói. Như một hơi sương. Như một quả bóng màu của trẻ con, tuột dây bay lên nền trời xanh thẳm.

Kẻ bàng quang, nhìn bóng bay buột lời khen đẹp. Mà thật vậy, không còn gì đẹp bằng một quả bóng màu đỏ thắm, bay vọt lên trời xanh và lửng lơ, lửng lơ, theo chiều gió, lên cao, cao mãi, rồi mất hút trong không gian vô tận.

Chỉ riêng đứa bé con mất quả bóng, là đứng tần ngần, ngẩn ngơ muốn khóc. Có ai chia xẻ niềm đau bé nhỏ của nó không?

Quả bóng đã bay... Thằng bé tiu nghỉu trở gót về nhà, lòng nặng trĩu những băng khuâng nuối tiếc. Nó đang âm thầm nhớ lại thuở vàng son của quả bóng. Nào khi những nhẽo với Mẹ tiền mua bóng, nào lúc hãnh diện tưng tưng bóng trong tay, nào lúc giựt giựt dây cho bóng chìm xuống, rồi lại vọt bay lên. Ôi! bao nhiêu là kỷ niệm!

Dù cho bây giờ Mẹ có cho tiền mua quả bóng khác. Có chắc gì nó tìm lại được niềm vui thích thú như ngày nào còn tâng tiu quả bóng đầu tay của nó?

Giờ thì đã hết rồi! thật hết rồi! THÁI, con tôi, là quả bóng đã bay đi và tôi, tôi là thằng bé con mất bóng.

Như thằng bé, tôi đang tần ngần xót xa, đau khổ. Có ai chia xẻ cái đau khổ nhỏ bé của tôi không?

Ôi! Nói rằng nhỏ bé, nhưng sao lòng tôi như đầy thương hận! Có nghĩa lý gì cái mạng bé bỏng của Nó giữa thời chiến tranh khói lửa? Một người ngã gục, cũng như trăm ngàn người ngã gục. Ngoài kia, mặt trời vẫn lên, đỏ rực. Ai dư nước mắt khóc người đời nay....

Không, không có ai dư nước mắt chia xẻ cái đau mất bóng của mình cả. Vâng nhà văn Chu Tử đã nói đúng, khi cho đăng bài thơ " KHÓC HAI TÊN LÍNH DÙ" của tôi lên trang nhất báo Sóng Thần. Anh đã viết:

"Thi sĩ ANH TUYẾN vừa mất hai đứa con, một đứa con ruột, một đứa con nuôi tại mặt trận Quảng Trị. Cả hai đều là Lính Dù. Thiếu úy Lê Anh Thái gục ngã ngày 8 tháng 7. Tuần sau, đến lượt Thiếu Úy La Vĩnh Khâm. ANH TUYẾN viết cho tôi một lá thư dài kèm theo một bài thơ khóc con và anh yêu cầu dành cho bài thơ một trang trọng trên tờ báo, không phải vì bút hiệu của anh, nhưng chỉ vì hai tên Lính Dù đã chết trong lòng Quảng Trị. Anh nhắc lại cái chết của Chu Trọng Ly, đứa con tôi, và hỏi tôi có cách nào làm anh bớt đau khổ đến không thể nào sống được nữa.

"Anh cứ đau khổ đi. Không ai có thể giúp ta bớt đau khổ được, không ai chia xẻ sự đau khổ của chúng ta được. Chúng ta đau khổ một mình cũng như chúng ta chết một mình."

Vâng, thưa anh, đúng vậy tôi đang đau khổ một mình. Và tôi cũng đang chờ chết một mình.

Như đứa bé mất bóng, tôi đang đi ngược thời gian nuối tiếc lại thời vàng son của quả bóng đã lên trời, của con tôi đã đi vào cát bụi.

Ôi! quả bóng còn có thời vàng son của bóng. Con tôi, Lê Anh Thái và cả La Vĩnh Khâm có thật chúng nó có thời vàng son của chúng nó không?

Chao ôi! Tại sao tôi phải chờ đến khi Thái nó chết, tôi mới nhận ra rằng Nó là niềm yêu thương nhất của đời tôi?

Hôm nay, lần giở từng trang nhật ký, đọc lại từng cánh thư Nó đã viết vội vàng từ những vùng hành quân hẻo lánh, xuyên qua những mẩu chuyện cỏn con do bạn bè kể lại. Tôi mới lần lần hiểu được những khía cạnh tế nhị và thầm kín của tâm hồn Nó. Đến bây giờ, tôi mới chợt hiểu rằng, chưa bao giờ tôi đã hiểu Nó cả, hay nói đúng hơn, tôi chưa bao giờ hiểu tuổi trẻ của chúng – tuổi trẻ của thế hệ 1972.

Cho đến bây giờ, tôi mới nhận ra rằng Nó không còn là đứa con nít và Nó đã lớn, lớn một cách phi thường, lớn hơn cả tôi là người đã sanh ra Nó.

Tôi còn nhớ ngày Nó đi đầu quân, Nó đã nói với tôi: " – Con chỉ yêu cầu Ba một việc, là xin cho con được về Dù. Ngoài ra, con không muốn Ba lo cho con một việc gì khác hết."

Câu nói đã làm Mẹ Nó khóc hết nước mắt. Trong một cánh thư gởi về cho bạn, Nó kể lại chuyện trên :

Mẹ tao chỉ muốn tao quanh quẩn
Lính kiểng châu thành, lính phất phơ
Mày tính, tụi mình như cánh gió
Ai đi nhốt gió được bao giờ!

Mấy câu thơ trên---mà có lẽ gần hết tập thơ—tôi đã viết lại gần đúng nguyên văn lời nói của Nó. Mãi đến bây giờ tôi mới biết Nó là cánh gió thì than ôi gió đã bay đi mất hút! tôi muốn níu lại để giữ chút dư hương cũng không làm sao được.

Ngày đưa Nó về nghĩa trang, xe tang của Nó chui qua một tấm biểu ngữ chắn ngang đường. Tôi nhìn lên và bất giác lòng tôi thấy thẹn. Biểu ngữ viết với hàng chữ đậm nét: TỔ QUỐC LÂM NGUY BẠN ĐÃ LÀM GÌ?.

Bạn đã làm gì? Câu hỏi đó, Thái! Nó đã trả lời dứt khoát, một câu trả lời ngắn và gọn. Ngắn gọn như cuộc đời của Nó, của Khâm, và của các bạn đồng ngũ cùng trang lứa với Nó.

Những người ở lại chúng ta đã làm gì cho chúng nó? Riêng tôi, tôi phải thành thật mà nói rằng, trong kiếp phù sinh ngắn ngủi của Nó, tôi chưa làm gì cho Nó cả, nếu không là một tấm lòng yêu thương ích kỷ và những lời rầy mắng tự tôn, tự đại.

Còn nhớ những năm 1963, lúc đó Nó mới chừng 15 tuổi, đã nhiều lần Nó vắng nhà một cách bất bình thường. Một hôm Nó biệt mấy ngày đêm, Tôi và Mẹ nó đi tìm hết nhà thương nầy đến bót nọ. Chừng tìm được ra Nó, thì Nó cùng một lũ lau nhau cùng tuổi Nó, vác gậy gộc canh công trường Quách Thị Trang, thì ra bao lâu nay Nó đã xuống đường mà tôi không hề hay biết. Về nhà, tôi đã rầy Nó một trận nên thân. Nhưng cũng từ đó... tôi đã đốt tập thơ " Loạn Gió" mà tôi đang viết dở và cũng từ đó tôi không bao giờ làm thơ nữa. Lời thơ chỉ ra được đôi câu là tắt nghẽn. Có cái gì ê chề ngao ngán đã trào ra đầu ngọn bút. Thì ra chính tôi đã tự khinh lấy tôi mà tôi không biết đó thôi.

Hơn mười năm nay, tôi không còn làm thơ được nữa. Để tự dối lòng, tôi đã chuyển qua soạn kịch và viết tuồng hát cải lương. Tôi muốn mượn cái giả tạo của sân khấu để che lấp cái giả tạo của đời mình.

Cho mãi đến nay, Thái đã chết, nguồn thơ của tôi mới bựt lên, sống lại. Tôi đã viết tập thơ này với tất cả chân thành và đau khổ. Sự chân thành của một kẻ đang đi vào hoàng hôn của cuộc đời. Sự đau khổ tuyệt cùng trong Thương Yêu và trong Tuyệt Vọng.

Cuộc chiến này rồi phải tàn. Mà không chừng khi những dòng chữ này đến trước mắt độc giả, tay cày đã thay tay súng. Những người làm lịch sử đã nằm xuống, cho kẻ chép sử ngồi vào ánh đèn khuya chép sách.

Khi viết lại trang sử năm 1972, người ta sẽ nói đến công hay tội của Tướng Vũ văn Giai đã để mất Quảng Trị. Người ta sẽ nói đến chiến tích của Tướng Lê văn Hưng tử thủ An Lộc. Có ai nhắc đến một LÊ ANH THÁI, một LA VĨNH KHÂM, đã ngã gục dưới cờ, ngay bên chân Cổ Thành Quảng Trị?

Quả bóng đã bay. Ai dư nước mắt khóc mướn thương vay cho một quả bóng đã mất hút trong không gian vô tận? Chỉ riêng đứa bé mất bóng là đứng ngẩn ngơ, muốn khóc.

Sài Gòn, tháng 11 năm 1972.
ANH TUYẾN.

THEO CÁNH GIÓ BAY

Thiếu úy Lê Anh Thái

THƯƠNG CA TUỔI XANH.

Đầu xanh vội sớm xa nhà
Năm mười chín tuổi đã ra sa trường...
Poncho trải đất thay giường
Đêm nằm gối súng, ngày thường lương khô
Gió sương đã lắm sông hồ
Rừng sâu núi hiểm chưa mờ vết chân.
Tóc xanh đã nhuốm phong trần..
Thư sinh đã sớm thăng trầm bể dâu!
Nhớ thương biết gởi về đâu
Cánh thư viết vội nát nhàu trong tay...
Trời cao gió vẫn đưa mây
Đồn xa biên giới, đường bay không về...
Mưa dầm tháng bảy lê thê
Rừng cao nguyên lạnh tứ bề quạnh hiu...
Lưng trời một mảnh trăng treo
Gió vi vu gió, buồn heo hút buồn..
Ai làm chớp bể mưa nguồn?
Ai làm binh lửa, lệ tuôn lòng người
Ai làm non nước chia đôi?
Hiền Lương, Bến Hải cho người biệt ly!
Bao năm cách biệt kinh kỳ,
Bao năm con trẻ ra đi chưa về!
Súng xa đồng vọng ầm ì...
Nhớ nhà thương nước đã lì thân trai!
Máu hồng đã mấy lần rơi!
Trái tim nhỏ bé đã vơi lần lần...
Mấy lần xuân đã sang xuân...
Nghe như tuổi trẻ xa dần tầm tay...
*
Trời cao mây trắng vẫn bay...
Giầy đinh còn vướng kẽm gai giữa rừng...

KHÓC CON.

Ngày 8-7-1972 Sư Đoàn Dù phóng những cánh quân tinh nhuệ của mình vào thành phố Quảng Trị.

Mũi dùi tiền sát tiến sâu nhất vào lòng Quảng Trị là cánh quân của Thiếu Úy Lê Anh Thái.

Lúc 12 giờ 30, Thái điện về Bộ Tư Lệnh Hành Quân cho biết đã tiến được đến sát khu Bến Xe Mới. Sau anh, cách đó 300 thước là cánh quân của Thiếu Úy La Vĩnh Khâm.

Lúc 16 giờ 45 ngày đó. Lê Anh Thái đã đền nợ nước, ngã gục dưới Cờ, ngay trong lòng thành phố Quảng Trị.

Một tuần sau, tức là ngày 14-7-1972, lúc 8 giờ 5 phút sáng, lại đến phiên thiếu úy Khâm buông súng.

Lê Anh Thái chết đi, để lại một vợ vừa cưới hơn năm, và một bé gái còn ẵm ngửa.

La Vĩnh Khâm, là bạn chí thiết của Thái, từ tấm bé học chung trường, ở chung nhà, đàn chung ban kích động, cùng quân ngũ, và cùng chết cùng chiến trường. Khâm để lại một vợ chưa cưới, vừa rời ghế nữ sinh.

Lê Anh Thái! La Vĩnh Khâm!
Hai đứa theo nhau cách một tuần!
Mũ Đỏ đoàn quân còn dũng tiến!
Hỡi ơi! sao gẫy cánh thiên thần!

Giẫm gót giầy sô nát chiến trường...
Hạ Lào, rồi Krek, lại Snoul...
Tam Biên, An Lộc, bao nhiêu trận!
Sao trận này đây, bỏ cuộc luôn!

Vượt thôn An Thái, tiến quân nhanh...
Cờ chửa tung bay mặt Cổ Thành...
Áo giáp chưa phai mùi thuốc súng.
Đã tròn nhân thế kiếp phù sinh!

Pháo đội những khi rền thét lửa!
Đề lô chạm địch lúc hành quân...
Tiếng ai thét lịnh gầm trong máy,
Sao Bỗng giờ đây lại nín câm?

Sương nắng không phai màu mũ đỏ!
Hoa dù lộng gió giữa trời xanh..
Thoảng bay hương khói, mờ nhân ảnh!
Hòm phủ cờ vàng, xác lạnh tanh!

Cơm áo đã từng chia thuở nhỏ,
Sách đèn chung bóng, học chung thầy!
Mậu Thân ném sách vào quân ngũ,
Quảng Trị bây giờ lại bỏ thây!

Ra đi rượu tiễn cười hô hố!
Tay trống tay đàn nhịp hát vang...
Tống tửu ai hay là tống biệt!
Ngày về, nến trắng thấp hai hàng!

Long lanh giọt lệ mắt người yêu...
Xuân chửa tròn xuân nắng đã chiều!
Chăn gối nửa chừng chăn gối lẻ...
Cho vòng hoa trắng lạnh lùng treo...

Tiếng kèn quân nhạc thổi thê lương..
Đâu khúc du dương nhạc vũ trường?
Đâu trống túc quân kèn thắng trận!
Mơ màng hương khói ánh huy chương...

Áo quan liệm kín đời trai trẻ!
Tay súng buông xuôi trả nợ đời...
Máu đỏ còn tươi lòng Quảng Trị...
Nghĩa trang, mồ lạnh cỏ lên rồi...

*

VUỐT MẮT

Hai mươi lăm năm một cuộc đời!
Môi cười nửa miệng, khóe còn tươi...
Mắt xanh đọng sáng ngời lưu-luyến,
 Tay vuốt, mi mềm khép lại thôi!

Tuổi ngọc vàng son trinh trắng quá!
Đường dài hoa bướm ngát hương xuân
Chim non còn hát trên cành biếc,
Lá đã bay rồi, rụng cuối sân!

Ngửa mặt chưa cười vang nửa tiếng
Công danh giờ đã chín nồi kê!
Còn gì để lại cho nhân thế?
Mảnh ván hòm thiêng chân lối về...

Kiếm cung đã nguyện cùng non nước,
Vàng đá, tình chung lỗi hẹn rồi...
Vuốt mắt, thôi con về cát bụi!
Thế nhân ân oán mặc cho Đời!

BÊN NHANG KHÓI.

Tao đến thăm mày đây, Thái ơi...
Ảnh mày treo đó, mất mày rồi!
Gục đầu tao khóc bên nhang khói
Khói có bay lên đến tận Trời...?

Khói có lên cao tao nhắn gởi
Lòng tao muốn kiện đến Thiên đình
Những thằng chó chết sao không chết
Mà chết riêng thôi lũ chúng mình!

Nhớ lúc hành quân mày với tao
Nào khi tiền-sát giữa rừng sâu!
Nào khi chạm địch cùng xung trận
Pháo đội ta thường yểm trợ nhau...

Tiếng mày hô hố cười trong máy
Tao vẫn còn nghe như mới đây!
Bóng mày tao vẫn còn như thấy,
Anh dũng ngang tàng giữa đạn bay...

Nào lúc đóng quân trên đỉnh núi
Đèo cao gió hú lạnh run người.
Hai thằng rượn đế chia nhau nốc
Kể chuyện riêng tây, ha hả cười...

Nào lúc dưỡng quân về thủ đô
Những đêm cấm trại thay phiên dù
Thằng về thăm vợ, thằng đi gác...
Lắm bữa ba gai bị phạt tù!

Nào lúc hết tiền khô cạn túi,
Rủ nhau quán lẻ, ghé biên bông...
Cô hàng khen bộ râu mày đẹp
Chuốc mãi cho nhau chén rượu nồng...

Hỡi ơi! mày đã đi về đất!
Chống nạng tao đây đợi tuổi trời...
Quảng Trị mày đi không trở lại
Đỗ Vinh tao đã phế nhân rồi!
(Lời một bạn đồng ngũ thương binh vừa ở Bệnh xá Đỗ Vinh ra thăm)
...

BUỒN CÔ ĐƠN.

Lê gót giày cô đơn,
Trên vỉa hè thành phố...
Nhà ai hoa trắng nở,
Sao lòng mình héo hon!
Ai hoa dù mũ đỏ
Cũng tưởng là bóng con.

Nắng vàng trên cành cây...
Hoa nào thơm ngất ngây...
Gió vàng hây hây thổi
Dập dìu bươm bướm bay
Nhà ai vang tiếng nhạc...
Đời tươi như thế này
Sao mình buồn lắm thay!

Lòng tôi buồn héo hon
Lê gót giày cô đơn
Trên vỉa hè thành phố...
Nắng lên vàng đại lộ
Sao lòng mình hoàng hôn?
Tiếng ai ca nho nhỏ
Hắt hiu buồn nhớ con

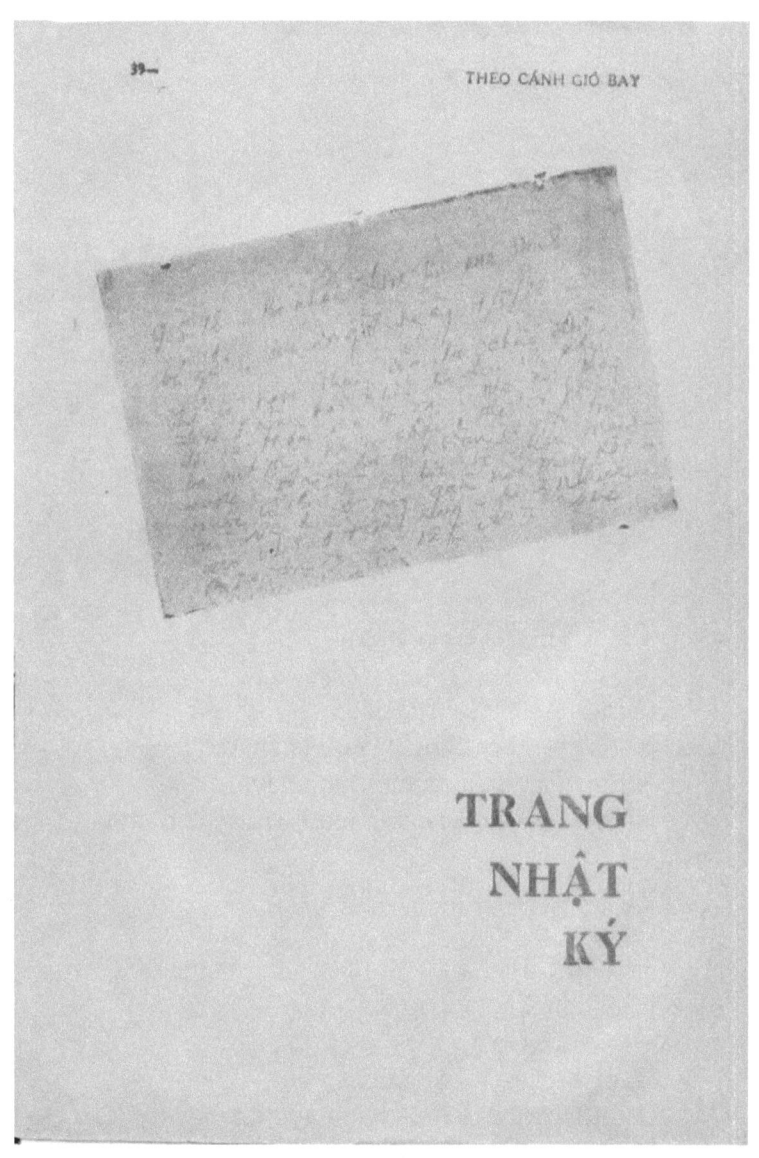

TRANG NHẬT KÝ

TRANG NHẬT KÝ.

Ôi! trang nhật ký của con!
Những tờ giấy trắng hãy còn nằm đây.
Những hàng những chữ thơ ngây,
Những câu duyên dáng, những ngày nào xưa.

Nhớ thương biết mấy cho vừa!
Gọi con không thấy con thưa gởi gì...
Trên tờ giấy trắng vô tri
Bâng khuâng thoáng thấy hiện về bóng con...

Ngồi đây trong bóng hoàng hôn
Giở trang nhật ký mà buồn xót xa!
Mộng đời dệt gấm thêu hoa
Mộng chưa thành mộng, nụ hoa lìa cành

Chưa đau thế thái nhân tình.
Đã đau xót, giấc phù sinh bẽ bàng!
Đã rồi một kiếp bướm hoang!
Đã tan chí lớn theo làn khói bay!

Ôi! trang nhật ký còn đây!
Những hàng chữ viết còn say ngất tình!
Trên tờ giấy trắng mỏng manh
Trải lòng con trẻ còn trinh trắng hồn...

Chập chờn trong bóng hoàng hôn
Bâng khuâng nét chữ hồn con thoáng về...

LẠC LOÀI

Tôi muốn tôi là cánh gió bay,
Giang hồ phiêu bạt khắp trời mây!
Lên cao tắm nắng trời đang mọc
Xuống thắp vỗ đầu sóng bể khơi…

Tôi muốn tôi là kiếp bướm hoang
Giữa rừng, giữa núi, sống lang thang
Yêu hoa, yêu cỏ, yêu mây nước.
Rồi chết cô đơn giữa bạt ngàn!

Tôi muốn tôi là giòng suối nhỏ,
Bên đồi róc rách chảy thênh thang…
Nước trong muôn thú dừng chân uống
Cho mát lòng nhau dưới nắng vàng.

Tôi muốn tôi là trang hiệp sĩ…
Lê gót giang hồ khắp bốn phương…
Ghét đời vô đạo, vung gươm báu
Vó ngựa cầu sương, ánh kiếm loang…

Tôi muốn tôi là chàng nhạc sĩ
Ôm đàn cao giọng hát nghênh ngang
Nương mây tiếng hát lên cao vút,
Cho một vầng trăng cũng vỡ tan!

Thế nhưng, tôi vẫn mãi là Tôi.
Vẫn độc hành đi giữa cuộc đời
Thân thế buộc ràng bao hệ lụy
Gông cùm xiềng xích mãi chân tôi!

Tôi thấy tôi xa cả những người…
Mà tôi yêu quí nhất, than ôi!
Dù trong tổ ấm, trong êm ấm.
Vẫn thấy cô đơn đến lạc loài!

THƯ PLEIME

Tao được thư mày cả tháng nay,
Hành quân tao bận suốt đêm ngày...
Tay không rời súng, lưng rời giáp!
Liên lạc thì không có máy bay....

Tao vẫn luôn luôn nhớ tụi mày...
Nhớ Saigon đẹp, nắng hây hây
Nhớ đường Lê-Lợi vàng hoa nắng,
Nhớ ngõ Tam Đa tà áo bay...

Pleime suốt tháng mưa dầm dề...
Mày ơi! thèm quá, khói cà phê!
Thèm tô phở tái, thơm chanh ớt!
Thèm rót bọt đầy một cốc bia...

Xi nê mày có xem phim chưởng?
Băng nhựa còn thâu nhạc Khánh Ly?
Những chiều thứ bẩy, còn đi nhót?
Hay lén ông già nhậu Whisky?

Năm nay, mày có lên đại học?
Hay thôi, xếp sách nhập quân trường?
Mày tình vào Dù hay Lục Chiến?
Tao chờ mày nhé, ải biên cương...

Hôm qua thằng Tiến dẫn quân ngang...
Giữa rừng gặp bạn mừng hơn vàng
Ôm nhau hai đứa cười ha hả
Râu tóc bù xù như Cái Bang

Mày tính, lâu rồi không được tắm
Hành quân liên tiếp giữa rừng già
Ăn thì gạo xấy, nhai qua bữa,
Ngủ tối nằm sương, lạnh cắt da

Hôm qua, địch pháo giữa ban ngày,
Tao bị thương xoàng ở bả vai.
Miểng đạn còn ghim trong thớ thịt,
(Mày đừng có nói Mẹ tao hay).

Mẹ tao không biết giờ ra sao?
Còn khóc đêm trường để nhớ tao?
Còn giận tao là thằng bất hiếu
Xem tình cha mẹ như chiêm bao...

Mẹ tao chỉ muốn tao quanh quẩn,
Lính kiểng châu thành, lính phất phơ,
Mày nghĩ, tụi mình như cánh gió,
Ai đi nhốt gió được bao giờ!

Những đêm biên ải sống xa nhà,
Cũng thấy đôi lần nhớ xót xa!
Cũng có đôi lần tao muốn khóc,
Muốn về thăm Mẹ... Thế nhưng mà...

Thôi nhé thơ sau tao viết tiếp,
Trực thăng đã đáp trong vòng đai.
Tải thương, lính đã đưa lên đủ,
Tao viết thơ này, vội gởi ngay...

TRÊN ĐỈNH TRƯỜNG SƠN

Đứng đây trên đỉnh Trường Sơn,
Tay ôm bá súng mà thương nhớ nhà…
Súng nào nghe vọng đồi xa…
Buồn trông đại pháo bắn qua Hạ Lào!
Chập chùng mây thấp núi cao
Núi như tiếp núi chạy vào trong mây…
Chiều về không cánh chim bay,
Trời đi xuống chậm, mây đầy không gian…
Non xanh núi biếc bạt ngàn!
Mây bay trắng xóa, hàng hàng mây bay…
Mây gần trong tận tầm tay
Mây giăng đầu núi, mây lầy trũng sâu…
Mây mờ thung lũng Ashau
Mây lên A Lưới, mây vào Bastogne…
Mây hồng nhuộm nắng hoàng hôn,
Mây về núi Ngự, cho buồn sông Hương…
Huế đô ẩn hiện trong sương
Chìm sâu dưới núi khuất đường tương tư…
Sầu dâng dằng dặc mây mù
Khói nào xanh ngát lên mờ đầu non…
Trơ-vơ trên đỉnh hoàng hôn
Tay ôm bá súng, gác đồn biên cương,
Chòi canh heo hút trong sương.
Gió lên vi vú, buồn vương ngút ngàn…

32 | Anh Tuyến

MƯA CAO NGUYÊN

Dằng dặc mưa dăng suốt cả ngày…
Đầy trời mây xám nặng nề bay…
Trời như xuống thấp hơn đầu núi
Thung lũng chìm sâu, nước ngập đầy…

Gió rít từng cơn, gió lạnh bay…
Áo nào cho ấm tấm thân gầy!
Co ro tay súng, co ro lạnh
Mưa lại từng cơn, tối mặt mày…

Chót vót chòi canh đỉnh Dakto.
Mưa dầm nặng hột thấm poncho
Đồi xa xưa trắng bay như khói
Đại bác biên phòng, tiếng nhặt thưa…

Rả rít dằm dề mưa… những mưa…
Ui ui không biết sáng hay trưa.
Phiên canh đổi gác dài đăng đẵng…
Cây cỏ chìm trong mưa trắng mờ…

Heo hút buồn nào xa dưới trăng…
Mưa mờ trắng xóa khuất đường truông…
Nghe thèm điếu thuốc trên môi cóng…
Thèm cả băng quơ, dáng một nàng…

34 | Anh Tuyến

ĐÊM NOEL

Đêm nay đêm Noel
Phố xá đều giăng đèn…
Người đi đầy các ngõ
Người đi vui suốt đêm…

Tiếng cười nghe rộn rã
Nhà thờ đông như nêm…
Chuông nhà thờ gióng giả.
Tiếng cầu kinh vang rền…
Đêm nay, đêm Chúa Thánh!
Đêm nay, đêm Noel!

Nhà nhà đều vui vẻ
Cửa ngõ đều treo đèn...
Nhà nhà vui đoàn tụ,
Đông đủ cả anh em...
Cành thông xanh rực rỡ

Thịt gà quay ngon mềm
Bánh Buche ngọt hương men
Người người nâng cốc rượu
Ai ai cũng say mèm...
Trẻ con nằm háo hức...
Chờ ông già Noel,

Đêm nay đêm Thánh thiện
Mừng Chúa đã ra đời
Nhà nhà đều vui vẻ
Người người đều vui cười...
Sao con còn đứng đây...
Trong hố cá nhân này?

Đầu con đội nón sắt
Bá súng con cầm tay,
Chung quanh con là núi!
Chung quanh con là cây!
Chung quanh con vắt muỗi!
Chung quanh con tối dày!
Đêm nay đêm Thánh Thiện,
Tại sao con đứng đây?

ĐÊM NGOẠI Ô

Trời hôm nay sao mà không trăng?
Vọng gác, không đèn lạnh gối chăn!
Giấc ngủ không về lưng ghế bố
Trông trời thèm một ánh sao băng

Trời hôm nay sao buồn hiu hiu
Bóng tối dăng đầy ngõ tịch liêu
Vọng gác lạnh buồn như nghĩa địa!
Nặng lòng nghe chết cả tình yêu!

Hoang vu cây cỏ, gió không lay
Mùng rách vo ve tiếng muỗi bay
Trở gối, mồ hôi dầm ướt áo
Suy tư đè nặng tấm thân gầy

Đêm vắng thôn-trang buồn tĩnh-mịch
Tâm-tư không biết gởi về đâu?
Lửa nào rực sáng hồng khung cửa
Lơ lửng lưng trời, trái hỏa châu.

RƯỢU TIỄN NGƯỜI
SANG SÔNG THẠCH-HÃN

Mày uống cùng tao ly rượu này,
Hôm nay hai đứa cùng nhau say…
Ngày mai, tao đã ra biên ải
Không biết hôm nao gặp lại mày!

Uống đi tao lén Ba tao uống,
Ổng cứ rằng tao bé thế này…
Rượu chè đâu phải cho con nít
Con nít cần gì vị đắng cay…

Tao nghe những thấy lòng cay đắng!
Cay đắng như từng đã đắng cay…
Mày nghĩ, tụi mình từ tấm bé
Ngọt bùi nào đã đến trong tay…

Từ lúc nằm nôi, tuổi dại khờ
Đến khi khôn lớn, vẫn ngu ngơ…
Chao ơi! non nước ra sao nhỉ
Thay đổi bao nhiêu những cuộc cờ!

Hai mươi lăm năm, đời ly loạn!
Mở miệng thường quên cả tiếng cười!
Nghe thèm hạnh phúc như thèm sữa.
Như khách đường trưa thèm bóng cây…

Mộng mơ ngày bé tan thành nước!
Chữ nghĩa lôi thôi mảnh tú tài!
Ngoại ngữ lừng-khừng Anh lẫn Pháp,
Ngõ đời mù mịt hướng tương lai…

Uống đi, tao rót cho ly nữa.
Ngon lắm, rượu này rượu Whisky.
Uống đi, cứ uống, say càng tốt!
Cứ tưởng mày là Cao-Tiệm-Ly…

Ừ nhỉ, sao mày không thổi sáo?
Mà tao vẫn tưởng tao Kinh –Kha
Vượt sông Thạch-Hãn như sông Dịch
Ai tặng bàn tay đẹp ngọc ngà!

Lạ quá, sao mày không uống nữa?
Gục đầu, mày khóc đó hay sao?
Hà hà, đâu phải mày nhi nữ?
Hồ dễ tao đây đã chết nào?

Mày thôi không uống, tao không uống.
Đập vỡ ly này, tiễn-biệt nhau!
Mai kia Thạch Hãn sang sông lại.
Mày đó tao nghe, dưới cổng chào…

NGÕ NẮNG

Bâng khuâng chân bước tay trong tay…
Nắng xế buồn trưa, bóng ngã dài…
Quán cóc dừng chân vào giải khát.
 Một ly chanh đá cùng chia hai…

Mười ngón tay đan buồn lặng lẽ…
Trán anh gân guốc sạm màu da,
Mặt anh gầy quá, xương xương quá
Em nắm tay mà thương xót xa…

 Mái tôn lổ trổ thuê hoa nắng…
Hoa nắng chập chờn trên áo hoa…
Áo trận sờn vai thơm khét nắng
 Nhạc nào văng vẳng khúc tình ca…

Tiếng kèn saxo nức nở dài …
Nhạc Trịnh công Sơn sầu đắng cay
 Mười ngón tay đan buồn lặng lẽ
 Khánh Ly giọng hát buồn liêu trai…

Tiếng đàn banjo buồn lênh đênh...
Điệu nhạc slow buồn mông mênh...
Mười ngón tay đan buồn lặng lẽ
Yêu nhau sao mà lòng buồn tênh...

Năm ngón tay rời năm ngón tay...
Du dương tiếng sáo trúc ngân dài
Em ngồi lặng lẽ nhìn hoa nắng
Điếu thuốc anh mồi khói nhẹ bay...

Nắng qua! trời trưa vàng những nắng...
Mái tôn lỗ trổ nắng thêu hoa...
Lòng mình những muốn thêu hoa nắng
Hạnh phúc tầm tay còn cách xa...

Tiếng nhạc nấc lên và lịm tắt
Con ruồi say nắng bay vo ve...
Quán trưa bóng vắng như sa mạc
Ngõ nắng bâng khuâng bước vỉa hè...

Đường trưa phố vắng bóng xiêu xiêu,
Tay nắm tay mà buồn hắt hiu...
Mười ngón tay đan vào ngõ nắng,
Đi hoài không đến ngõ Tình Yêu...

LÀM THINH

Công voa vào đại lộ
Thành phố đã lên đèn
Giày đinh còn đóng bụi
Anh vội đến thăm em

Đèn nê-ông ngọn xanh ngọn đỏ,
Đường ngoại ô, đèn tỏ đèn lu…
Nhà em ngõ tối âm u
Thương em, đường có xa mù cũng đi…

Vừa đến cửa chó ki-ki vội sủa,
Tiếng trong nhà nho nhỏ vọng ra
Mắng rằng con chó sủa ma!
Em ra mở cửa, lại là bóng anh…

Em gặp anh, mừng mừng tủi tủi
Tay nắm tay, miệng hỏi lăng xăng…
Mặt em sáng tợ trăng rằm.
Môi em hoa nở trời xuân ngát tình…

Yêu em, những muốn kêu mình,
Chưa làm đám cưới nên đành lặng thinh…
Mắt em sáng long lanh muốn khóc,
Anh nhìn em rạo-rực cõi lòng…

Da em trắng, má em hồng,
Sao em đẹp thế cho lòng anh say…
Yêu em không thốt nên lời
Nhìn em, anh đứng, mỉm cười, lặng thinh…

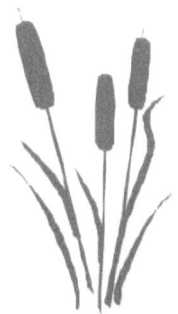

MỘNG ĐẦU

Mộng chỉ con con mộng chẳng thành!
Tháng ngày chờ đến bạc đầu xanh…
Chao ôi! tôi tiếc thời thơ ấu
Mà tiếng cười trong như thủy tinh…

Làm sao níu cánh thời gian lại!
Ngủ mãi ngây thơ giấc mộng hiền…
Tiếng hát ngọt ngào thơm sữa mẹ…
Đưa hồn vào giữa cõi thần tiên…

Theo nàng Bạch Tuyết dưới trăng thâu
Gương mặt tương tư đẹp nhiệm mầu...
Bảy chú lùn và nàng công chúa
Đợi ông hoàng tử giữa rừng sâu.

Thương cô gái bé choàng khăn đỏ
Mang bánh thăm bà bị sói ăn
Những tưởng mình là trang hiệp sĩ
Thạch Sanh đại chiến chém Xà tinh...

Dưới trăng chờ mãi bóng Bà Tiên
Phép lạ đũa thần đổi áo xiêm...
Này xa, này mã, này đai ấm...
Bay đến lầu vàng đẹp lứa duyên...

Ngất ngưởng ngồi trên chiếc thảm bay
Đằng vân giá võ giữa trời mây
Không về nhân thế chi cho bận
Cứ thế rong chơi suốt cả ngày...

Những cánh thiên thần nay ở đâu?
Không về chở bớt nỗi thương đau!
Đôi hia bảy dậm cho tôi mượn
Truy vết thời gian đẹp mộng đầu...

ĐÊM YÊU

Đôi ta yêu nhau đêm nay thôi!
Tinh sương ngày mai anh đi rồi...
Đường ra biên ải xa xôi lắm!
Ta có thương nhau, chớ ngậm ngùi...

Phòng đôi ta đêm nay không đèn...
Trời ngoài kia, trăng vàng chưa lên,
Đêm hôm nay, trời êm tiếng súng
Ta nằm âm thầm nghe sương đêm...

Nằm đây nghe em, trong vòng tay...
Em lạnh không em? Đắp chăn này...
Trời Hạ Lào trăng đêm lạnh buốt
Không ấm nào bằng ấm đêm nay...

Hôn em dịu dàng đôi môi hồng
Mơn man tay em tình xuân nồng...
Trời Hạ Lào sương đêm lạnh buốt
Thương em vô vàn làn lưng ong.

Thương bàn tay em xinh nõn-nà...
Tương tư say rồi! Ôi! Kinh Kha...
Thái tử Yên Đan dâng ái thiếp
Dâng cả đôi tay đẹp ngọc ngà...

Hôn em ngây ngất hàng mi cong…
Cho anh uống nốt giọt sương trong…
Nhìn nhau suốt sáng. Thôi, đừng khóc!
Giữ mãi hình nhau trong đáy lòng!

Gần nhau đêm nay, mai xa mình…
Buồn ơi! đường mòn Hồ chí Minh!
Đêm nằm gối súng nghe sương xuống
Mà nhớ đêm nay Em với Anh…

Yêu nhau nghe em, trăng lên rồi…
Trăng vàng sao mà buồn xa xôi…
Em, mặt như trăng buồn ảo não
Ta gần bên nhau sao không cười!

Ô hay! anh đâu là Hạng Võ
Ngoài trời không tiếng sáo sông Ô…
Hạ Lào đâu phải là Cai Hạ
Em ơi, đừng buồn như Ngu Cơ…

Đêm nay đôi ta vào Tình Yêu…
Mai đây, mình anh lên đỉnh đèo…
Mình anh vượt núi qua biên giới,
Anh đi, tình em anh mang theo…

CÁNH GIÓ

Em có thấy vì sao lạc
Giữa cảnh trời âm-u?
Em có thấy cánh chim âu
Trên biển trời bát-ngát?

Em có thương cánh gió
Trên biển trời man mác?
Trên nẻo đường phiêu bạt?
Đăm đăm đôi mắt sầu

Em, người trong cánh cửa...
Tình yêu cao vời vợi
Có yêu đừng quên nhau...
Tình yêu cao vời vợi

Có yêu đừng khổ đau!
Em ơi dù yêu nhau
Đêm tối còn âm u
Non sông còn quân thù

Anh còn là cánh gió!
Em còn trong cánh cửa
Đôi mắt sầu âm u...
Hẹn nhau ngày chiến thắng
Ta đánh tan quân thù!

Hẹn nhau ngày chiến thắng
Trao mối duyên hẹn hò...
Bên cửa chờ gió sáng,
Em đón người chinh phu...

NHỚ NHAU NGÀY ẤY

Nhớ nhau ngày ấy trăng tròn mộng,
Áo gấm khăn hồng, rượu nổ vang..
Gối đỏ đủ đôi, đèn đủ cặp,
Tơ hồng làm lễ, thiếp bên chàng...

E thẹn nhìn nhau qua khóe mắt
Áo xanh phò mã, đẹp thư sinh.
Má đào hương phấn thơm khuê các,
Thẹn đỏ vành tai, khép nép tình...

Đây, rượu tơ hồng rót tặng nhau,
Môi kề cùng cạn chén tâm giao,
Trăm năm đằm thắm duyên son sắt
Những hẹn yêu nhau đến bạc đầu...

Ái ân chưa trọn tuần trăng mật,
Binh lửa ngập trời chốn ải quan!
Gối lẻ chăn đơn, em ở lại
Ba lô tay súng anh lên đường...

Những cánh thư xanh thiếu hẹn hò...
Đôi hàng chử viết rất đơn sơ...
Nghe thơm thuốc súng qua mùi mực
Hôn vội vàng nhau nét chữ mờ...

Đêm nằm nghe vọng súng sa-trường
Ấp cánh thư chàng, đỡ nhớ thương
Gối chiếc chăn đơn đèn một bóng
Thương anh bóng lẻ chốn biên cương.

Biên cương lạnh lẽo một mình ai...
Trăng lạnh lùng soi, bóng đổ dài...
Áo trận phong phanh đèo gió hú,
Lấy gì ấp ủ tấm thân trai!

Nhớ nhau ngày ấy, trăng tròn mộng!
Gối lẻ bây giờ, cách biệt nhau!
Anh hỡi, bao giờ binh lửa dứt
Tương phùng chuốc lại chén tâm giao...

CÁNH THƯ

Người phu trạm dừng xe trước cửa,
Những tưởng là ai đó mang thư…
Lá thư mình đợi mình chờ,
Thư người lính trận trấn bờ cõi xa…

Nhận thư, lòng những nở hoa
Xem thư trời hỡi, phải là chiêm bao!
Tin đâu sét đánh ngang đầu!
Chàng buông tay súng không câu giã từ!
Ai làm gãy nhịp cầu Ô?
Ngưu Lang Chức Nữ bây giờ là đây!

Thành Quảng Trị cờ bay phơi phới
Người Lính Dù đã tới thiên thu!
Nghĩa trang thêm một nắm mồ
Tóc xanh vấn nếp khăn sô khóc chàng…

MÀU TRẮNG

Áo trắng ai quỳ trước áo quan
Rưng rưng nến trắng lệ hai hàng...
Tóc xanh vấn trắng khăn tang trắng
Hoa trắng lạnh lùng trắng khói nhang...

Gối lẻ còn thơm trinh trắng cũ
Chăn đơn đêm trắng lệ hồng nhan...
Hai mươi lăm tuổi đời trinh trắng
Tay trắng buông dài trong nghĩa trang!

Mơ màng hương khói mấy tuần nhang...
Đã liệm thây chàng trong áo quan!
Liệm cả đời tôi trong áo trắng
Cho hồn trắng xóa một màu tang!

Sự nghiệp chôn vùi trong mộ trắng.
Công danh giờ đã trắng hai tay!
Tiễn đưa lệ ướt khăn tang trắng
Trời hắt hiu buồn mây trắng bay...

SAY

Chẳng biết ly này nữa mấy ly?
Rượu vào sao hận chẳng bay đi…
Càng say, sầu hận càng cao ngất!
Sao chẳng say mèm cho chết đi…

   Đìu hiu quán vắng giữa đêm dài…
   Muốn khóc nhưng sao vẫn nghẹn lời!
   Nước mắt đã khô cằn sỏi đá
   Hay là tình cảm đã xa xôi…

Uống mãi sao mà chẳng thấy say…
Cho đời tận thế bữa hôm nay!
Cho hồn tan biến ra thành nước
Dâng thủy hồng triều ngập cỏ cây !

   Em hỡi, chai này nữa, mấy chai?
   Đìu hiu quán vắng giữa đêm dài…
   Đàn sầu ai gảy, buồn hiu hắt?
   Tiếng sóng hay là tiếng gió bay?

Rượu đắng hay lòng tôi đắng ngắt
Mà buồn như tỉnh giấc chiêm bao!
Cạn ly sao hận còn cao ngất!
Rót nữa đi em. Rót nữa! nào…

SỎI ĐÁ

Thượng Đế hỡi!
Cám ơn Ngài đã cho con cuộc sống.
Cho cuộc đời và cho cả tình yêu!
Cho mùa Xuân, cho nắng sớm sương chiều
Cho hoa bướm, cho trời mây, giễn cả…
Cho mưa Thu, nắng trong lành tháng hạ…
Cho Xuân nồng êm ả tiếng chim ca…
Cho vườn Xuân tươi thắm nở muôn hoa.
Cho gió biếc rừng thông lên tiếng nhạc,
Cho sóng vỗ chiều buồn trên bãi cát…

Cho thuyền tình lạc nẻo bến hư vô…
Cho óng ả mây huyền buông suối tóc,
Cho tuyết trắng mịn-màng thon vóc ngọc
Cho đào non ửng nắng đọng da ngà…
Cho môi mềm ngây ngất ngọt hương hoa…
Cho tình ái kết bông thơm cuộc sống,
Cho áo mão cân đai, đài danh vọng.
Cho ngọc ngà châu báu đẹp phù sinh
Cho cơm ngon trái ngọt, nước trong lành,
Ơn Thượng Đế đã ban cho tất cả!

Nhưng…
Thượng Đế hỡi!
Con không là sỏi đá
Sống trơ trơ trong biển cả thời gian!
Sao Ngài cho con thêm tiếng khóc than!
Xin Ngài đừng cho con thêm nước mắt!
Xin Ngài đừng cho con thêm tiếng khóc!
Cho tình yêu đừng gãy nhịp cầu Ô!
Cho tóc xanh đừng vấn nếp khăn sô!
Cho nhân loại hãy thôi đừng giết chóc!
Và nhân thế xin đừng vang tiếng nấc
Cho cuộc đời là vĩnh viễn mùa Xuân
Cho tiếng cười rộn rã cõi dương trần…

Nếu không
Xin Thượng Đế biến con thành Sỏi Đá
Sống trơ trơ trong biển cả thời gian…

ẢO ẢNH

Leo lét đèn khuya, nến trổ hoa…
Hắt hiu song cửa bóng trăng tà…
Chập chờn mộng ảo, thiu thiu giấc,
Thoáng động lay rèm, gió thoảng qua…

Bâng khuâng phách bướm hồn chao mộng,
Lãng đãng vân hài, nhẹ bóng ma…
Phất phất run bay tà áo mỏng,
Mập mờ nhạn ảnh, ánh trăng xa..

Mắt sáng lung linh, trăng lạnh buốt…
Băng sương giá đọng nụ cười hoa…
Vươn tay thoắt động mờ hương khói,
Lãng đãng vân hài thấp thoáng xa…

Nửa khuya vang tiếng gà eo óc,
Sực tỉnh, trơ nằm cạnh áo quan…
Bất lụn gió lay đèn chợt tắt
Chập chờn di ảnh lạnh dung nhan…

HUYỆT LẠNH

Con nằm đó lạnh băng trong đáy huyệt
Bốn ngọn đèn leo lét cháy âm u…
Ngủ đi con, vào giấc ngủ thiên thu!
Thôi! cát bụi! con hãy về cát bụi!

Đây nắm đất tiễn con ngày vĩnh biệt
Rơi trên hòm, tiếng động nhỏ khô khan!
Trong lòng cha, một tiếng sét nổ vang
Nghe đau nhói như tim mình rạn vỡ…

Con nằm đó, mình con trong đáy mộ
Không nệm giường, biết có lạnh con không?
Đêm xuống rồi, ai kéo góc chăn bông
Che ấm ngực cho con trời trở rét!

Ba những muốn theo con vào đáy huyệt
Canh cho con, trong giấc ngủ muôn đời..
Như ngày nào, còn bé con nằm nôi
Ba ngồi hát ru con vào mộng đẹp…

Những ky đất, đổ dồn trong đáy huyệt.
Xây trường thành ngăn cách giữa cha con!
Tiếng cuốc xẻng đập đều trên mặt mộ,
Cha nghe như tiếng búa bổ tan hồn!

Con nằm đó cô đơn trong đáy huyệt
Mộ đắp rồi một nắm đất vô tri…
Người đưa con, lặng lẽ đã ra đi
Cha ngồi lại, quàng tay ôm mộ đất.

Nghe hơi lạnh thấm dần qua thể chất
Ngùi thương con đơn lạnh giữa mộ sâu!
Ngủ đi con, say giấc ngủ thiên thu
Cha ấp mộ cho thân con đỡ lạnh.

BÓNG AI

Ai qua ngoài cửa sổ
Thoảng bóng đi, ốm gầy…
Tiếng ai cười hô hố
Nghe như con mình đây!
Lòng tôi buồn êm ả…
Ngoài trời bươm bướm bay…
Có phải hồn con đó
Nương cánh gió về đây…
Con ở đâu, về đâu?
Nón sắt còn đội đầu?
Mang vòng hoa chiến thắng
Hay mang vòng hào quang.
Con bay lên Niết Bàn
Hay giày đinh nặng trĩu
Con lạc vào đêm sâu!
Hay theo vì tinh tú
Con rời xa địa cầu…
Mặt con còn sạm nắng
Hay, vàng võ trăng thâu…

Áo trận còn thẳng nếp
Sương gió có phai màu?
Miệng cười còn lém lỉnh
Nụ cười còn đen râu?
Chân con còn lả lướt?
Tha thướt ánh đèn màu…
Giọng còn trong tiếng hát
Hay đã mang mang sầu…
Ai qua ngoài cửa sổ
Thoảng bóng đi, dáng gầy…
Tiếng ai cười ha hả
Nghe như con mình đây…
Lòng tôi buồn êm ả
Nhìn trời mây trắng bay…
Có phải hồn con đó
Nương cánh dù theo gió
Con bay về Thiên Thai…

ĐƯỜNG VỀ THIÊN THU

Nẻo về thiên thu.
Đường có vương sương mù
Đời có giăng cạm bẫy?
Trời có mưa mùa thu?
Ngày có thiếu nắng lửa?
Chiều có buồn âm u?
Đêm có dài vô tận…?
Người có chít khăn sô!
Đời có xây mộ đá?
Đường có rắc xươngkhô?
Chiều có nhiều lá rụng…?

*

Nẻo về thiên thu
Con có vào lịch sử?
Có gặp Đào-duy-Từ?
Mặt Ngài có suy tư

Thương cho đàn con dại
Đã xây cầu Hiền Lương, Bến Hải?
Con có ghé Phú Xuân?
Con có qua Bình Định?
Con có gặp ai không?
Những người của Núi Sông?
Những Trịnh Tùng Nguyễn Ánh?
Bùi thị Xuân Võ Tánh?
Con có ghé Sán Gianh
Có quay về quá khứ
Ngùi thương thời Nam Bắc phân tranh…?

   *

Con có gặp những ai
Hồn trắng như mây bay
Vô danh vào Lịch Sử?

ĐỘC ẨM

Mình ta uống mình ta say
Gió lên lạnh quá, chiều hôm nay
Sao ta không biến tan thành gió
Cho mảnh hồn đau tản mác bay

Gió lạnh chiều nay sầu độc ẩm
Trời cao mây trắng buồn mênh mộng
Sao ta không biến tan thành khói
Bay thẳng lên trời đến cõi không

Mây trắng chiều nay mây trắng quá
Mình lên trên ấy hết buồn không?
Trời cao lộng gió trời cao ngất
Độc ẩm chiều nay buồn mênh mông.

LÊ ANH THÁI

Nó tên LÊ ANH THÁI,
Tuổi mới hai mươi lăm,
Gia đình nghèo, thanh bạch,
Nó học cũng chuyên cần,
Năm ấy, Tết Mậu Thân,
Tú tài đôi bỏ dở,
Ôm súng nhập quân trường

Mẹ già dù nhớ thương,
Cha già dù bệnh hoạn,
Em nhỏ dù vấn vương,
Nó vẫn, một lên đường,
Áo hồng thôi quyến luyến,
Cánh bướm nhạt phai hương.
Giã từ ban kích động,
Tay trống bỏ cung đàn...
Tiễn đưa cười cút rượu,
Hớt ngắn đầu Bít-tơn (1),
Sách đèn thôi xếp lại,
Giã biệt cổng nhà trường!
Con chim non khát nắng,
Vỗ cánh vào phong sương,
Thân không làm lính kiểng,
Ôm súng ra sa trường,
Đầu quân vào Mũ Đỏ,
Tay súng giữ quê hương,

*

Từ độ Nó lên đường,
Ít khi nào trở lại
Thăm tổ ấm chim non,
Gót giày đinh ngập bụi,
Lăn-lóc đủ mười phương...
Giọt mồ hôi đã đổ
Ướt đẫm đất quê hương...
Mấy lần rơi máu đỏ
Nhuộm thắm cát sa-trường!
Máu rơi từng giọt nhỏ,
Ôi! giọt máu mến thương.
Giọt máu thằng con nhỏ!
Tóc xanh còn vấn vương...
Mắt xanh còn bịn rịn...

Máu đỏ đẹp màu son!
Máu đỏ tuổi yêu đương!
Máu tươi tình cốt nhục!
Máu tươi tình quê hương!
Ôi! giọt máu mến thương,
Rơi trên đường khói lửa!
Nhuộm thắm cờ biên cương!
Vướng kẽm gai An Lộc,
Phảng phất mây Trường Sơn,
Loan hồng sông Thạch Hãn,
Rải-rác đồi Bastogne...(1)

*

Trời tháng bẩy, mưa bay.
Đường hành quân bụi lầy...
Sư Đoàn Dù dũng tiến,
Chiến thắng trong tầm tay!
Cất quân từ Mai-Lĩnh
Nó tiến nhanh như bay,
Tiên phuông vào An Thái...
Đạn nổ vèo bên tai...
Lửa đỏ nung gót giày...
Hành quân như vũ bão,
Chiếm khu Bến Xe rồi
Ngay trong lòng Quảng Trị!
Khói lửa bay mịt trời...
Tiếng máy kêu như réo
Súng nổ dòn khắp nơi...
Nó vẫn cười hô hố,
Hét vang máy trả lời,
Cổ Thành kia trước mặt!
Tiến lên! Cờ tung bay...
Chiến trường êm tiếng súng...
Gạch đổ, máu loang đầy...
Nón sắt nằm lăn lóc...
Thây người nằm đó đây...

Phố phường nghi ngút khói!
Chiều xuống, lạnh lên rồi...
Nó nằm, đầu gối súng,
Máy gọi, còn cầm tay..
Áo dù phanh hở ngực,
Máu đỏ ướt đầm vai...
Máu đỏ tươi áo trận...
Máu chảy dài cánh tay...

*

Có tiếng ai gọi máy,
-Alo! THÁI ơi! THÁI...
Không nghe Nó trả lời...
Nó nằm yên bất động,
Hai tay dài buông xuôi...
Máy gọi rơi xuống đất...
Hỡi ơi! THÁI chết rồi...

THƯƠNG CA CHO THÙY

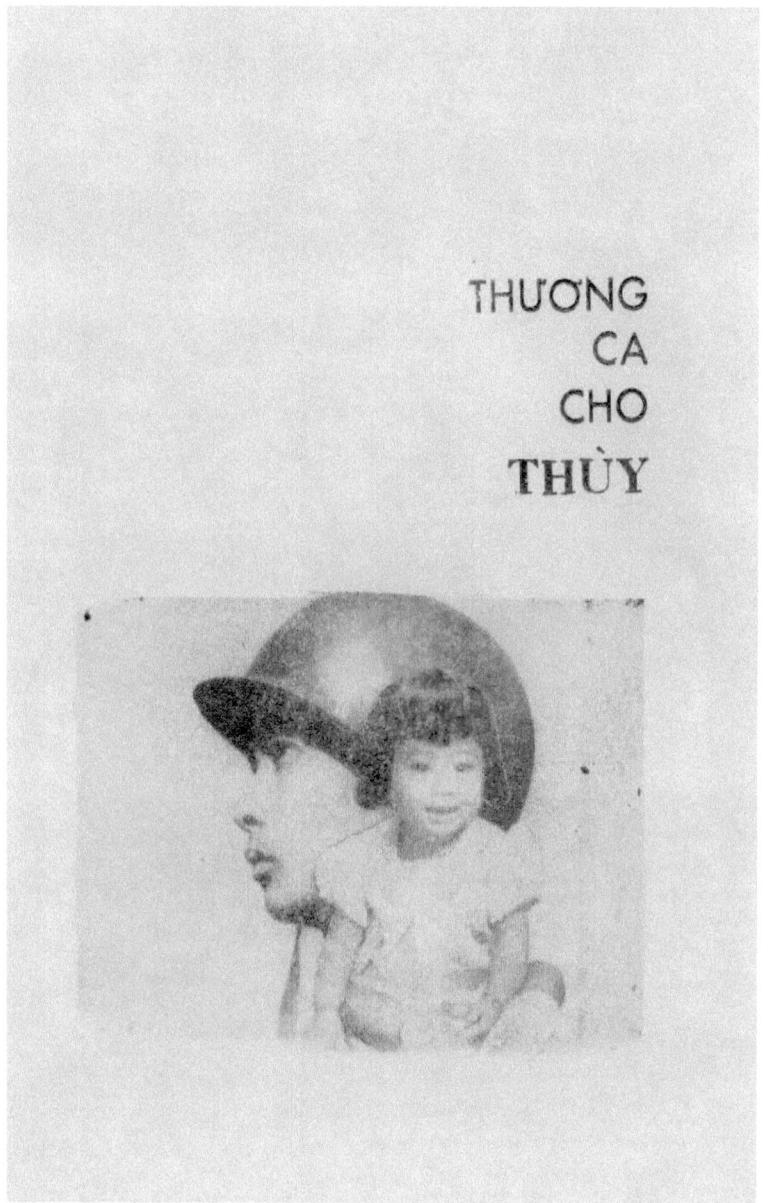

THƯƠNG CA CHO THÙY

Bé Thùy nằm trong nôi
Cặp mắt tròn đen lánh…
Đôi môi hồng đỏ tươi
Cặp má hồng phính phính
Tay và chân loi choi…
Đói sữa chỉ biết khóc!
Bú no chỉ biết cười…
Tuổi chưa đầy hai tháng
Thấy Mẹ chưa biết đòi…
Chưa làm gì nên tội
Trời đã bắt mồ côi!

Cha nó là lính chiến
Đi trận đã chết rồi!
Mẹ nó còn thơ dại
Mới mười chín tuổi đời…
Lấy gì nuôi con côi?
Tuổi tôi đã năm mươi
Phong sương đã mấy độ…
Nước mắt cạn khô rồi!
Tóc xanh giờ nhuốm bạc,
Nguồn thơ hết đầy vơi…
Như dòng sông cạn nước
Như cây khô hết chồi…
Còn gì cho cháu tôi?

Cháu tôi còn bé quá
Làm sao để nên người!
Nó đang cần sữa bú
Nó còn cần cơm nuôi…
Nó còn cần sách học…
Cần lớn lên, làm Người!

Đường đời xa lăng lắc
Nó độc hành, lẻ loi…
Đường đi đầy cạm bẫy!
Đường đi đầy chông gai!
Thương nó là phận gái
Thân nó buồn cút côi…
Đời nó buồn cô độc!
Cha nó đã chết rồi!
Không ai dìu dắt nó
Cho nó được nên Người…
Khát khao thèm tiếng gọi
Tiếng gọi đẹp nhất đời
Không bao giờ nói được: CHA ƠI!

Cha nó là lính chiến
Tuổi hãy còn thư sinh…
Tuổi hãy còn trong trắng…
Nó rất yêu Hòa Bình
Nhưng đã cầm tay súng
Nó rất ghét chiến tranh
Nhưng đã vào cuộc chiến!
Nó chết tóc còn xanh!
Nó chết, đời đang đẹp!
Nó chết vì Chiến Tranh!
Nó chết vì Tổ Quốc!
Nó chết vì Hòa Bình!

Nó đi vào cây cỏ
Cho cây cỏ lên xanh…
Nó đi vào đất Mẹ
Cho đất Mẹ thanh bình.

Máu con tôi đổ tặng đời
Tôi đem góp lại viết lời thương ca…
Thơ tôi viết bằng máu
Thơ tôi viết bằng xương…
Tôi viết bằng tình thương…
Tôi viết bằng nước mắt…
Tôi viết bằng xương người!

Máu xương ai chẳng xót xa!
Máu xương con lại bán ra chợ Đời!
Thơ tôi rao bán cho Người
Trong thơ còn đọng tiếng cười của Con…

Anh Tuyến

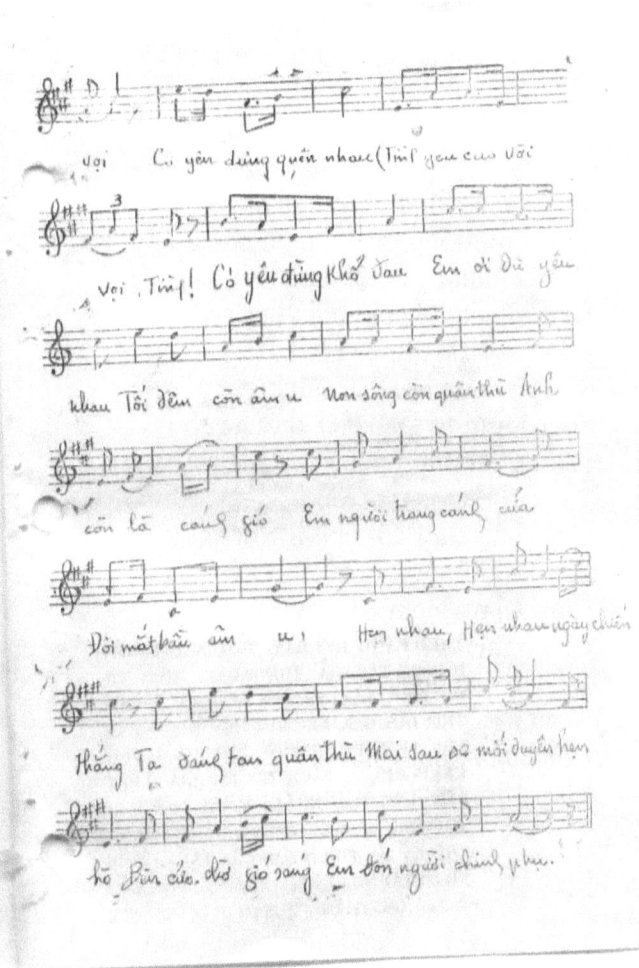

THẦN KINH NHÃO CẢM TÁC

Từ độ thần kinh nhão đến nay
Việc đời lướng cướng nghĩ buồn thay
Cà phe thuốc lá thôi đành bỏ
Đi đứng nằm ngồi phải vịn vay
Cháu nội dắt dìu ông chập chững
Thư từ thăm hỏi bạn cầu may
Gặp người tri kỷ THƠ không rượu
Không rượu đời thêm vị đắng cay

Cay đắng cuối đời những xót xa!
Bảy mươi mốt tuổi kể như già!
Cơm ăn miệng méo cơm rơi rớt
Chữ nghĩa tay run chữ nhập nhòe!
Bè bạn gần nhau không dạ đến
Thân bằng xa cách khó lòng qua!
Con chim không hót đời vô vị
Muốn hót thì thơ không nghĩ ra!

Bút tích cảm tác cuối đời của thi sĩ
ANH TUYẾN.

Thần Kinh Nhão Cảm Tác

Từ độ thần kinh nhão đến nay
Việc đời luồng cuồng nghĩ buồn thay
Cà phê thuốc lá thôi đành bỏ
Đi đứng nằm ngồi phải vịn vây
Cháu nội dắt dìu ông chập chững
Chú tư thăm hỏi bạn cầu may
Gặp người tri kỷ thơ không rượu
Không rượu đời thêm vị đắng cay

x x x

Cay đắng cuối đời những xót xa!
Bảy mươi một tuổi xế như già!
Cơm ăn miếng méo cơm rơi rớt
Chữ nghĩa tay run chữ nhấp nhòe!
Bè bạn gần nhau không dạ đến
Chân bằng xa cách khó lòng qua!
Con chim không hót đời vô vị
Muốn hót thì thơ nghĩ chẳng ra!

Bút tích cảm tác cuối đời
của THI SĨ ANH TUYẾN

76 | Anh Tuyến

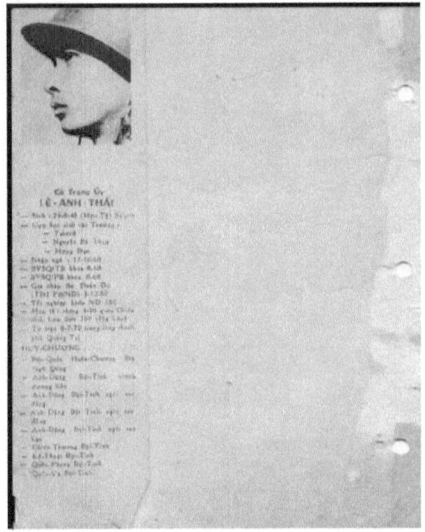

Cố Trung Úy Lê Anh Thái
Sinh ngày 24-8-1948 Mậu Tý, Sài Gòn
Cựu học sinh: Tabert, Nguyễn Bá Tòng, Hưng Đạo.
Nhập ngũ ngày 17/10/1968
SVSQ/TB Khoá 8/68
Gia nhập sư đoàn Dù (TĐ 11 PB/ND) ngày 3/12/1969
Tốt nghiệp khóa ND-180
Hôn lễ: 3/1970 giữa Chiến Dịch Lam Sơn (Hạ Lào)
Tử trận 8/7/1972 trong lòng cổ thành Quảng Trị.

HUY CHƯƠNG:
Bảo Quốc Huân Chương Đệ Ngũ Đẳng
Anh Dũng Bội Tinh Nhành Dương Liễu
Anh Dũng Bội Tinh Ngôi Sao Đồng
Anh Dũng Bội Tinh Ngôi Sao Bạc
Chiến Thương Bội Tinh
Kỷ Thuật Bội Tinh
Quân Phong Bội Tinh
Quân Vụ Bội Tinh

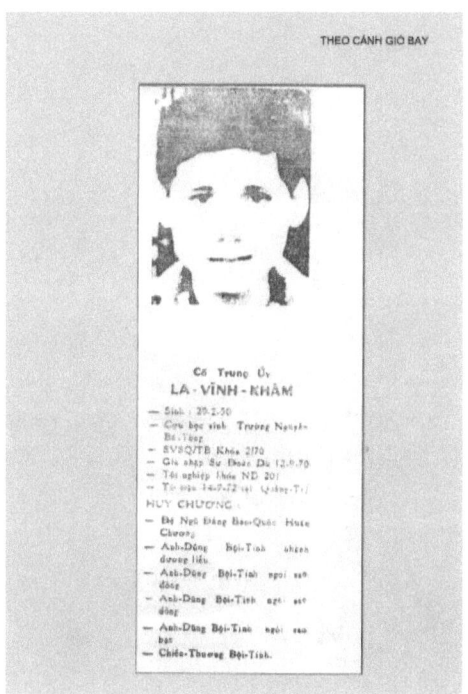

Cố Trung Úy La Vĩnh Khâm
Sinh ngày 20-2-1950
Cựu học sinh Nguyễn Bá Tòng
SVSQ/TB Khoá 2/70
Tốt nghiệp khóa ND 201
Tử trận 14-7-1972 tại QuảngTrị

HUY CHƯƠNG:
Đệ Ngũ Đẳng Bảo Quốc Huân Chương
Anh Dũng Bội Tinh nhành Dương Liễu
Anh Dũng Bội Tinh Ngôi Sao Đồng
Anh Dũng Bội Tinh Ngôi Sao Bạc
Chiến Thương Bội Tinh

Toàn bộ các bài thơ tuyển đăng trong tập này đều được viết năm 1972. Trừ bài 'CÁNH GIÓ'
Khởi từ bài 'KHÓC CON" viết vào ngày 14 tháng 7 năm 1972, ngày thất thứ nhất của THÁI và cũng là ngày buông Súng của KHÂM.
Kết bởi bài "THƯƠNG CA CHO THÙY" viết vào ngày 1 tháng 5 năm 1978, ngày sinh nhật thứ sáu của Thùy.

MỤC LỤC

1. Lá thư gởi gió.
2. Tiếng Thầm.
3. Thương ca Tuổi Xanh.
4. Khóc Con.
5. Vuốt Mắt.
6. Bên Nhang Khói.
7. Buồn Cô Đơn.
8. Trang Nhật Ký.
9. Lạc Loài.
10. Thư Pleime.
11. Trên đỉnh Trường Sơn.
12. Mưa Cao nguyên.
13. Đêm Noel.
14. Đêm Ngoại ô.
15. Rượu tiễn người sang sông Thạch Hãn.
16. Ngõ Nắng.
17. Làm Thinh.
18. Mộng Đầu.
19. Đêm Yêu.
20. Cánh gió.
21. Nhớ nhau ngày ấy.
22. Cánh thư.
23. Màu Trắng.
24. Say
25. Sỏi đá

26. Ảo Ảnh.
27. Huyệt Lạnh.
28. Bóng Ai
29. Đường về Thiên Thu
30. Độc ẩm
31. Lê Anh Thái
32. Thương Ca cho Thùy.
33. Nhạc bản Cánh Gió.
34. Thần Kinh Nhão Cảm Tác.
35. Tiểu sử

Cùng một tác giả
Đã xuất bản:

-THÂM CUNG, kịch thơ 1957
-TỔ ẤM, thơ. Giải thương văn chương toàn quốc 1961
-HƯƠNG LÚA TÌNH QUÊ, kịch dài. Giải thưởng văn chương Liên Đoàn Công Chức 1961

*Đã cộng diễn: (Trên truyền thanh, truyền hình, và sân khấu)
-ĐỜI CHIẾN SĨ thoại kịch
-HƯƠNG LÚA TÌNH QUÊ (sân khấu TMTN)
-VƯỜN HẠNH SAU CHÙA, hợp soạn với Kiên Giang (TMTN).
-TRĂNG RỤNG BẾN TỪ CHÂU hợp soạn với Nhị Kiều (TMTN)
-TƯ CẦU MUỐI (TMTN)
-LỜI TÌNH CỐ NHÂN

www.ingramcontent.com/pod-product-compliance
Lightning Source LLC
Chambersburg PA
CBHW020700300426
44112CB00007B/468